CÁI TRỌNG TY
VÀNG KHANH
THƠ

CÁI TRỌNG TY

VÀNG KHANH

VĂN NGHỆ
2017

VÀNG KHANH
*Thơ **Cái Trọng Ty***

VĂN NGHỆ
In lần thứ nhất
2017

Tranh bìa: Đinh Cường
Trình bày: Nguyễn Sông Ba
Phụ bản: Tranh Đinh Cường
Ảnh: Phạm Cao Hoàng
Tranh: Nguyễn Sông Ba

TƠ LIỄU MONG MANH

em từ tơ liễu mong manh
thì thôi duyên kiếp
cũng đành viễn mơ
vườn trinh đêm ấy đôi bờ
chao ơi bỗng chốc
cuộc cờ biển dâu

từ tôi cố lý phai màu
đêm hoang tiền kiếp
âu sầu tịch liêu
bay lên tóc rối yêu kiều
thôi miên tôi cũng
đâm liều theo cô

thế thân lạc bến cồn đô
vườn khuê từ độ
vắng cô điểm hồng
em là hồng nỗi hoài trông
sắc hồng mấy độ
sắc không tịnh cầu

vườn khuya gà gáy đêm thâu
mây lống bóng vỡ
tình sầu bay lơi

23. 10. 2015

BÃI VÔ ĐịNH

như xác vữa tàn trôi theo giòng nghiệt ngã
nhớ tiếng cú kêu lờ lững mái quê nhà
ta một thời lưu lạc những nhánh đường qua
nhìn đám mây trời mơ xa về cố thổ

đau xót tìm em chỉ thấy bóng hoàng hôn
chiều nay nắng lạ chiều hanh vàng qua bến
phố tôi về trên xóm cũ nắng lưa thưa
chân bước mệt nhoài nhăn nhúm giáp bơ phờ

âm vọng chiều ba mươi vàng mai trước ngõ
tựa núi xanh buồn mây lạnh lẽo bơ vơ
chiều giá buốt rách bươm nhớ người kẻ chợ
thân kĩu kịt xương cốt tàn nơi biệt xứ

ngăn ngắt rừng xa sợi khói chiều tắt nắng
soi nghiệp đời bỗng thấy lại bóng tiền căn
ngùi ngùi tưởng tiếc bến Ngân đã đôi bờ
thân nặng nợ núi sông tan theo cuộc lỡ

nơi đầu sông cuối chợ bãi bờ vô định
thoáng mắt nhìn bỗng như tàn một nén nhang
tôi qua đây bến đục nhớ đêm trăng tàn
mai kia có về đừng quên rừng u uẩn

xin nhặt giùm mây bóng sắc thuở hồng hoang
xin ướp ngọt tin yêu một thời hoang hóa
trên tay người màu hổ phách chén Quỳnh tương
rót lại cho đời chút vị đắng thiên đường

BAN MÊ

uống đi người bạn vừa quen biết
đơn vị nơi đâu
quê quán phương nào
liêu xiêu ta hát
cơn cuồng nộ
trong cõi đời bạc phước ngộ tri âm

ta với ngươi chôn theo dòng cát lỡ
uống đi mi
nào cạn láng bi đông
đừng khích ta sống như người mất trí
có trách chăng thời lụn bại vô phương

này anh lính trẻ trói tay thất trận
ngày lui binh súng đạn tả tơi
ta từ buôn bản theo đơn vị
chiều cao nguyên mắt cỏ mục vàng hoe
đêm pháo dập nghe chim trời vỡ tổ
lính tráng tụi mình thân thế chẳng ra chi
nắng đã tắt mây trời không muốn ở
con cò hoang chết gục giữa bãi sình
rừng thì xa dập vùi cơn mưa pháo

tiếng hát hỏa châu rụng cánh sao xa
lòng đau uất những điều không muốn nhớ
có vì sao khuya thức dậy bên trời
sinh bất phùng thời
thiên hạ rối tung
ngày tháng ba giặc tràn qua tây vực
đêm ban mê tanh khiếp máu nhân quần

ở phía thành đô trời chớp lóe
đoàn quân ma trơ trốc núi xương khô
sáng nay dã quỳ vàng thung lũng
tiếc gì nhau chút rượu nhạt vơi đầy

tiếng ai vừa tạnh cơn mưa pháo
chạy loạn từ đâu đến chốn này

BÓNG MẸ

đã bao lần con gọi nắng tháng giêng
nắng thiếu nụ cười trên mắt Mẹ
nắng hoàng triều đã vào cố lý
đau xót ngồi đây đẫm mắt chiều

hoa mai xuân tận tàn cây rễ
Mẹ tôi cánh hạc bến phù hư
mây trời lai khứ bao xuân tán
Mẹ đi hụt hẫng hết đời con

thương nhớ Mẹ tôi biển lấp trời
nghìn dặm đi về mấy đại dương
nhà cũ vườn trăng buồn quá đỗi
xa cách mẹ tôi biết bao giờ

Mẹ đi mãi mãi vào viên tận
có tiếng họa mi hót tiễn đưa
cụm khói hỏa thiêu thân xác Mẹ
chợt bóng hư vô vịn tới Người

nắng lụa bà ba vàng sáng xưa
lòng mẹ đau con mỗi góc trời
Bóng Mẹ bay qua rừng núi biển
thôi đành vô vọng phút Người đi

Mẹ ơi…xa mãi Mẹ thương yêu
núi xanh tù tội Người bới thăm
vượt dặm đường xa thời oan khốc
nhìn con chua xót tận cùng đau

Mẹ tôi chiếc nắng xa xuôi quá
tôi thấm kiếp người kia hữu hạn
bãi nắng phù trường trăng phương ảo
đau xót Mẹ đi cách biển trời

Ngày nhớ Mẹ May 2016

CHỊCÚC

Chút gió lộng về
lộng tiếc thương
có giọt sương sa
nghe thật buồn
trên đôi cánh mật
vàng long lánh
một ngụm trăng chờ
ngọt. đắng. cay

Chị Cúc
mùa thương về quá xa
đêm ấy.
vườn sau sương nhạt nhòa
sương ướt lụa mềm lên ve áo
sông úa màu trăng mấy dặm ngàn

nhớ hôm chị tiễn em vào lính
không nói mà buồn như gió thu

em đi.
ngày ấy xa đất Huế
mưa nắng miền Nam gió đổi mùa
nhớ đôi mắt ướt.
đêm Thành Nội
nắm nhẹ tay.
mà chẳng dám yêu
có thoáng lửa vùi hong bếp cũ
ngoài vườn mưa bụi ướt mong manh

CHIỀU XANH QUAN ẢI

những ngọn cỏ chiều mưa
đầm đìa hạt lệ
tôi về qua nhà em
ước gì gặp lại
mây trùng dương từ mấy tâng cao
rơi xuống trần gian bơ vơ
đêm nguyệt táng thuyền trôi
mắt biển dài
chiều hiu quạnh lam mờ xám mái
tiếng đồng không lạnh lẽo âm cung
ngày đi nhà cũ lưa thưa gió
vệt nắng chiều ôm ấp mái hiên xưa

em yêu dấu
một thời động loạn
sông núi kinh hoàng
mang thương tích lầm than
chiếc bóng buồn lê tiếng xích thô
một ngày như mọi ngày trong tủi nhục
hạnh phúc phân thây nỗi ước mơ
dấu nhọc nhằn in sâu mắt biếc
bến tây phù bờ bãi khó đi

em xưa hồng nhạn bay về biển
theo mây thái cổ mờ trong tranh
chiều quanh quan ải chìm sương quạnh
đốm lửa tình ta lờ lững khói mây

Dec 2016

ĐÓA TƯỜNG VI

mỗi năm mùa hoa nở
ngậm ngùi đóa tường vi
em trong vườn thơm ngát
bay cánh màu thơ ngây

anh có qua vườn cũ
lạnh lẽo bóng tà huy
đứng xót xa đầu ngõ
bèo bọt dáng ngu si

em một ngày xấu xí
gió phủ thừa phù thủy
thổi áo lụa làm chi
cho lòng anh ngây ngất

trái tim nào sinh tật
chút tro bụi bâng khuâng
tận cùng trời cuối biển
đêm ly biệt xé lòng

chuyện tình buồn mây nổi
đá chạy cát lao xao
anh dường như khách lạ
chẳng nói gì sao em

tình tôi trên ngọn dáo
xoáy mãi vết thương sâu
cố hương người chửa được
lụy phiền tôi mất em

thuở thiên địa nhá nhem
thôi cũng đành thả bóng
tới phương trời vô ngã
may mà gặp chuyến đò

rồi tháng ngày khách trọ
bêu xác màu lênh đênh
vàng bên trời tưởng nhớ
phượng tinh tuyền chóng quên

Houston May 30 2017

KHOÁI CHÂU

ô lý sầu giăng ngàn dặm thẳm
khoái châu bản địa bẻ kiếm treo
oán ca nguyệt tận phường vô cảm
nào hay thu tứ động bờ tây
chuốt thêm túy lúy sầu viễn xứ
đêm đêm ngóng vọng bến sao mờ
thời lai mấy độ đời du thủ
mắt bão đèn khuya vạn lý sầu
phượng đã bao mùa trên bến cũ
xanh xanh sóng nước vỗ bờ xa

tráng sĩ ra đi không trở lại
mồ hoa cỏ dại mấy thu phai
vọng cố hương hề tiên tổ cội nguồn
bến cộ đò xưa một chấm xanh
đã mấy mươi mùa trăng cổ lục
vọng tiếng vô thanh tử cấm thành

ta chôn tâm sự vô phương giải
có loài lau cỏ bạc mái đầu
đêm kinh động sao mù mịt nháy
tỉnh dậy mơ hồ nghe vó câu
năm tháng chìm theo đạn réo tên bay
hỡi những hồn ma ôm súng ngủ
chân ôm mông mị về biên tái
lính trận chết rồi ai khóc cho ngươi
cũng đành thôi người bạn chiến chinh
kiếp dã tràng xe cát phù vinh
nhớ thương người bão dông trần thế
đành thôi cuộc diện khuất sông hồ

Oct 3. 2016

MƯA NẮNG SÂM THƯƠNG

tháng giêng mây mù chiều nhem nhuốc
đời trôi theo mưa nắng sâm thương
tiếc gì nhau võ vàng chân tượng
đông tàn diệp lục em qua nội thành

nhà xa khói lấp hoen tà áo
tình cũng lưu linh buổi khốn cùng
trong tay quấn quýt tìm hơi ấm
đáy nước đầy sao hương hiền linh

đông triều sắt ngọn vướng thêm đau
hoa trăng thượng tứ đêm xâu chuỗi
soi tiền căn nhập mộng thấy em về
sợi nắng chỉ vàng xuyên qua góc nhớ

yếm ngực thơ hoa tròn lẳn xuân mơ
tiếng ai vừa gọi đêm trở giấc
chờ hương yêu thu tứ võng sương chiều
lay mối tình sầu lạc sóng thu

cầu mấy nhịp theo về Gia Hội
em cũng quỳnh thu giấc mơ xa
bây giờ lạc tận mờ cung cấm
đóa mai tàn ảo ảnh kiếm cung

mưa về núi phượng hoàng thành đứng
đường sương thấp thoáng trắng tà bay
tình tôi đành thế mùa tao loạn
giày trân hôm nào ném trả sông trăng

Tháng Ba 16

THƯƠNG XÁ

tháng giêng cỏ non lay lắc gió
mưa phùn mờ đất tháng giêng non
hiện tại xa rồi em yêu dấu
hạnh phúc lẻ loi chuyện mất còn
tình em xa hút vời trông bóng
mất sóng làm sao gửi tấm lòng
mưa thu thừa phủ bến đò cũ
đôi mắt quỳnh thu ngây ngất thu
từng đêm vắng tiếng đêm trăng rú
thao thức niềm riêng dặm cách ngăn

tình đó hương nồng thêm cay đắng
đêm tan sao tác tự bao giờ
biển dâu trận gió lùa đi mất
một kiếp lưu đày lệ ngấn khô
chỉ bóng hình em vườn cố thổ
những rễ cây mù quấn lấy nhau

MẸ

đêm ấy giữa mịt mù sóng biển
con đã xuống thuyền
sinh tử đỏ đen

ngoãnh lại bờ xa
thấy lờ mờ phố nhỏ
Mẹ vẫn đứng ngồi dưới ngọn đèn khuya
thắp một nén nhang
trước bàn thờ Tiên Tổ
nguyện cầu cho con sóng nước bình yên

căn nhà Mẹ đã nuôi con khôn lớn
mà nay đành đau xót ra đi
nơi chốn thân yêu
bỗng biến thành thù hận
nơi mặt nạ người thân
đã kết chùm oan khuất
nơi chốn hôm qua
đầy tràn hạnh phúc

Mẹ vui mừng
đón đứa con tập kết trở về
nhưng có đâu xa
bỗng ngậm ngùi chua chát
con nghĩ nhiều đến Mẹ
ngong ngóng trời xa
Nam Bắc chia lìa
lửa hận thù đun sôi nồi chũ nghĩa
biến kẻ thân yêu thành đứa vong ân
bào mòn đạo lý
dứt tình Mẹ Con

đêm nay mưa ướt trong hơi thở
đêm đoạn đành
con phải vượt biên
thuyền đã biển khơi
giữa hai lằn ranh giới
con chỉ muốn quay về hơi ấm Mẹ thôi
nhớ thương mà quay quắt trong lòng
đời Mẹ ngày một héo hon
nỗi mất còn ngày một ngọn gió thu
thăm thẳm trong tim
ngọt ngào tiếng Mẹ

một đời con
con ve sầu chưa lột xác
nhặt nhạnh thu gom
những quá khứ hao mòn
tóc Mẹ ưu phiền thêm bạc trắng ra
như cánh buồm giạt gió mưa nhòa
chở phận đời bạc phước

NHẠC ĐÁ XANH

tôi yêu em qua đoạn trường dâu bể
đêm Bình Tuy đường tù mù heo hút
đi tìm hương
em mất dấu bên trời

da chai cứng tháng năm tàn binh lửa
bóc lá thư những hàng chữ đơn sơ
tôi nuốt từng giòng thiết tha em viết
từng con chữ
nhảy nhịp tình chua xót
rồi xa nhau đành đoạn vỡ đôi
trời đất bao la thiếu nhịp thở trái tim
nơi hoa nỡ từ dòng sông ô nhiễm

cù lao xanh
mây ải vực trời trồng
mùa tháng bảy gió lào mù mịt thổi
bứt rứt nhớ nhung
tiêng vó ngựa đêm sương già ma quái
tử sinh trò lụn bại chiến chinh
em đi mãi tâm hồn tôi trái phá
mũi tên đùa trong tầm nhăm đá bia
em theo nắng qua sông
tôi trở lại làm gì nhĩ
ngõ thiên trù rơi hạt lệ máu hoa
đêm hoàng yến môi em là điểm tựa
hương về đâu thiên sứ cánh phù hư
tìm sao lạc giữa đêm đông Thánh Giá

ôi tình tôi từ hạt cát phân thân
hồn kiếm sĩ đêm trăng dài vó ngựa
giữa đại ngàn cỏ rạp bóng thần y
chiều ảo giác
nhìn quanh ngày tháng tận
bóng đen dài em úp mặt hóa thân

Dec 18 2015

TIỂU THƠ

Gửi TNdh

tôi về đứng dưới hoàng thành cũ
đường của đông hương thiếu bóng nàng
lọn tóc tiên phù mơ phố nhớ
u mê trăng khuyết đợi dư hương

đêm cõi phù trường sương cổ độ
trường tiền hoa nắng tóc dài thơ
theo gót ngọc hồng qua mấy phố
về thôi chân núi hãy còn xanh

thoáng gió hoài mi vời bóng lữ
đôi môi hồng đào
phương tận cõi phù hoa
đảo điên thân thế bao nhiêu kiếp
ừ cô xinh thật
như là trăng thủy ngữ
như cánh hoa tiên
chạm ngõ đời thường
gọi nắng tháng giêng hoàng cung vàng lá
bước cô chiêu
điệu
chân sáo ngây thơ

rồi chinh chiến dập vùi trong lửa đạn
theo quân về vàng lạnh nắng hanh hao
đuổi bắt thời gian
ngóng đợi hôn mê
tôi là kẻ si tình lính trận
ừ mê thôi một nhan sắc hoàng gia

CUỒNG SĨ BÊN SÔNG

đọc Thủy Hử
khoái những anh hùng Lương Sơn Bạc
cung kiếm nát nhàu
người kẻ chợ lêu bêu
gã lớn lên
giữa phố đời bát nháo
giữa hận thù đốt cháy tuổi trai tân
một đời gã
ai chân tình ai tri kỷ
lắm mồm đen bạc
chữ nghĩa đa đoan
đốt rẩy khai hoang
lau sậy khói mù ngút bãi
gã chim trời lượn bậy
kiếm đường dông
trong tai họa bỗng thành cuồng sĩ

viết tai ương từ trang chữ nhập nhòe
một ngày lửa cháy tiêu tháp bút
gã thấy tim người nhúm cỏ hoang
trong chính trị thiếu gì tay lừa đảo
yêu quê hương loè loẹt trăng hoa
có nhiều đêm gã say mèm cuộc rượu
nhìn mặt nhau rách nát mà buồn
thanh kiếm cùn gãy mẹ cán chuôi
nếu mai kia lỡ làm tên lái kiếm
xoay nhẹ đường gươm tặng bọn bất nhân

ĐEM THƠ BÁN DẠO

ngôi nhà cửa khóa trái
phong kín đời thơ một thời hoang hóa
nay vôi trôi tường vỡ
xâu chìa khóa cũ xỉ rỉ sét
cũng từ đêm hát dạo
Anh ngợi ca tình yêu lạc điệu
hoang tưởng tình Em gió cánh diều
biến tình Anh thành cơn mê sảng
và Em nương sáo chiều

tận trời xa
chấp chới những vì sao
thuở hơi thơ nương náu
qua một thời hóa gía
nay rao bán lề đường
thơ thật bèo

Em ngoái nhìn khinh khỉnh
trả vài xu
đau lòng thơ đem bán dạo
khi những xác ve xơ cứng cội nguồn
trong cõi trời văn chương tu hú
bồi hồi lục lọi
những vần thơ trong nhiệm mầu ngôn ngữ
bất chợt một lần từ nỗi hân hoan
thoáng gặp hoang sơ cõi trời bắt được
những rờn rợn nơi tâm linh bỡ ngỡ
ngọt ngào cay đắng
run run chớp bể mưa nguồn
mùa gieo hạt đã vùi đất chết
bỗng lạc loài tự hủy
cột thu lôi

HOA BLUE BONNET
THÁNG BA TEXAS

tháng Ba Houston mùa gió trở
những đêm mưa về trên máng xối
đêm bồi hồi nhắn gửi gió mưa xa
một góc đường Cao Thắng mưa vội mây qua
một địa chỉ êm đềm bỏ quên góc tủ
và tàn lá sao già rợp bóng âm u
giữa lối đi mệt nhoài tróc màu sơn kỷ niệm

khi dẫm lên vỉa hè nghe nặng áo cơm
lúc chiếc lá lìa cành bay nghiêng xuống
đáp lạc loài như cánh cò hoang
rưng rưng giữa chiều giông nắng lóa
bay về đâu in vết nhỏ chân mùa

cánh nắng mù xa tóc gió thơ
mơ hồ tiếng gọi chiều bỡ ngỡ
màu nắng trong vườn
trắng ngà trên tay trần mát rượi
lóng lánh lớp lông tơ mịn mượt
bỗng tiếng ai thở dài tiếc nuối

một mùa hạ quá xa
Ngọc về áo trắng
đâu đó dưới vòm cây sung già tịch mịch
râm rang tiếng ve gọi mùa
tiếng rao quà xa vắng
dưới mưa mùa hoa phượng bên đường

ám ảnh màu nắng xiên cành
vàng lên từ dòng Hương cũ
bóng dịu dàng tha thiết
trong đôi mắt hạnh phúc nào bay qua
những nhớ nhung hạnh phúc mù lòa
anh lạc dấu đường
nơi Bắc Mỹ mù xa cuối tuần dậy muộn
cốc cà phê hiên vắng
mùa lạnh về trên xác lá vàng rơi
khoảnh vườn xanh đêm trước
gốc sồi già gió cuộn buồn hiu
mà nghe thời gian hoảng hốt
mơ hồ những tang hoang dâu biển

tháng Ba cỏ hồi sinh
hoa Blue Bonnet bạt ngàn xanh tím
giọc đường xa lộ về Austin
khêu gợi mấy khoảnh trời xa
bên kia bờ Thái Bình Dương có Em
một góc phố Ông Tạ Sài Gòn
chiều chợt lên đèn
chiếc xe bò viên
ông Khách già muôn thưở
Em cô đơn ngồi đó dạo nào
co ro chiều lạnh cuối năm
sau lưng nhộn nhịp giòng xe trôi vội vã
mùa Giáng Sinh nghèo
gói quà hạnh phúc eo sèo khánh tận

HOA TỪ BI ĐỘ LƯỢNG

gửi Tô Thẩm Huy

em với dòng sông ngân
trắng quanh đời khổ nạn
mong manh sợi nắng tàn
nối hai bờ bơ vơ

hai bờ nay cách trở
xôn xao rừng tiếng động
chuông chiều vang mật ngữ
tuệ nhãn thấu tâm như

đau đớn lửa phần thư
oải hương vườn sắc tứ
bức tranh đời vân cẩu
ai gọi mãi chuyến đò

chiều sương dầy thành cổ
hương sen đầu hồ tịnh
thơm suốt mùa hạ qua
Hương ơi cội hoa tình

em đi rồi mấy thu
đoá hoa vườn tĩnh toạ
nhịp đời sóng từ bi
cõi phù trường thấu thị

cám ơn đời có hương
nhóm lên tình hoang tưởng
yêu một trời vô ngại
tình lặng nắng dừa hoa

yêu từ trăng bóng nhạn
bay vút trời đâu suất
hoa từ bi độ lượng
hương tiếp mộng miên trường

Houston Tx
August 9 2016

HƯƠNG SÀI GÒN

đôi khi anh chợt nhớ
giữa một lòng chiều xanh mênh mông
trong đôi mắt có ngấn lệ không tròn
ướt đẫm đáy thời gian
mưa mùa tháng sáu

Sài Gòn của em
con đường hẻm thân quen ấm lối về
anh quẩn quanh kiếm tìm năm tháng cũ
em theo mây lơ lửng một bước dài
xa mãi nghìn thu

sợi tơ chùng buột lửng
cửa ngõ tình chiếc đinh long gỗ mục
chiều vội vã chia ly
ly cà phê giọt dài nhung nhớ
dấu nụ cười sau tay áo Trưng Vương

hương dung Hà Nội cũ
bao giờ gặp lại em
anh vuốt mặt mưa dầm ga nhỏ
tiếng còi tàu bơ vơ phố chợ
tay vẫy hoài
dài lê thê đường sắt
bóng tàu trôi chở bóng mây trôi

Sài Gòn ngày tháng đó
một đời chinh chiến bi thương
của trăm nghìn hệ lụy khôn lường
em đứng hiên mưa quằn quại tiếng còi dài
buông tay hớt hải
bên dòng kinh Nhiêu Lộc
ẩm mục lều bều nhung nhớ
thấu tình em bất tận
nát tim tôi

Tháng tám 15

KHÁCH LẠ BÊN TRỜI

**gửi Túy Hà*

ta với ngươi
những thằng người thất chí
rét mướt mùa đông
lưu lạc cõi trời Tây
chí cùn ư…
thế sự chừ môi chát
lần lữa loanh quanh đầu bạc chẳng hay
chợ đời lơ lửng mà tai quái
dăm đứa lạc loài
đấu hót vui chơi
dặm ngoài hồ thỉ…
chìm đáy cốc
ngữa mặt nhìn sao tóc trắng ô hay…

ta biết ngươi buồn héo hắt Trường Sơn
biên cương nghìn dặm thời trai trẻ
chiến hữu qua sông
gửi lại chút thịt xương
tiếng vọng phương Đông
vó ngựa rừng xa
đời bạc bẽo trôi mấy từng biên tái
nắng Pleiku đón ngươi về ái ngại
hận thù xưa mồ hoang phế còn đây
dấu đạn khoét tròn
bia đời loang lổ
mà nghe như đạn nổ giữa tim người

chiều An Khê vàng dã quỳ hoá đá
chạm vết thương tròn
rờn rợn thịt da
đời trôi mãi cuối trời mênh mông quá
quán bên đường
ngươi khách lạ ngóng bơ vơ
chút rượu tưới tràn
mùa đông phương cũ
nghe hơi men thấy bạn cuối con đường
và Em nữa
tóc bay tà áo khép
góc phố người
ngồi đợi mắt thiên thu

chiều ngái ngủ bóng dài lên mái xám
thấy trong gương hồn nhan sắc ủ ê
chân bước hụt lên thềm hoang phố núi
những dặm về ê ẩm choáng hơi Thu
đôi giày lệch vẹt mòn nghe năm tháng
trong vườn xưa một sợi nắng vàng rơi
màu kỷ niệm tròng trành Em bước vội
áo phôi phai đời lính đã nhá nhem
mùa rách nát đường xa ra chiến trận
mà nghe buồn rười rượi khói Ruby

LỤC BÁT TIỂU HÀN

Em về Bình Định Phú Phong
trời Phương Nam cũ nặng lòng đuối thương
sông Côn ngày ấy nhiễu nhương
chạnh lòng ảo sắc uyên ương sụt sùi
cầm tay Em luống ngậm ngùi
yêu nhau chưa trọn đã vùi tro than
xưa kia binh lửa tan hàng
tình trong cỏ úa ngỡ ngàng gió đưa
sóng xa vọng tiếng bờ trưa
Em đi mai phượng cũng vừa tả tơi

chiều qua sông nắng đoạn rời
nghe buồn tự thưở tháp Hời cháy tiêu
bước chân lên đắm thủy triều
lao xao nước cuộn liêu xiêu tiếng buồn
ngược đường vạn nẽo mây suông
miên du mộng mị suối nguồn tụ tan
anh về lục bát tiểu hàn
nghìn thu hang động trăng ngàn gót mây
rằng Em xanh ngọn lưu đầy
rằng tôi từ thưở trông cây nhớ rừng

NỖI BUỒN MỘ DUNG

những chuyến tàu đêm
tay mịt mù vẫy gọi
đèn trong toa không đủ sáng một bàn tay
đời lưu lạc soi hoài không thấy bóng
lửa phần thư man rợ cháy hồn tôi

em lớn lên sau điêu linh cuộc chiến
ôi quê hương ẩn mật
trừng mắt thơ
trông cuối bãi bóng nàng qua ổ khóa
ở ngoài kia hoa cỏ cũng tù đày

khi đôi mắt dấu nụ cười gai nhọn
lưỡi mác sinh phần
số phận treo ngành
là lúc tử thần từ bóng núi
đôi cánh đen dài tận biển khơi
mùa xuân qua
cánh rừng mơ lá chết
cội nguồn đâu
vơ vất cõi nhân gian

em tai quái đong đưa vòng nguyệt bạch
tình cháy ngầm hưng phấn
đốt thần kinh
ta lữ khách lưu linh
hao mòn độ lượng
rảo quanh đời lưu luyến một mùi hương

PHÁ TAM GIANG

bạn còn quê cũ để dung thân
ta đi đâu hỡi người cố cựu
quê nhà xa tít bên kia biển
đất đứng xưa bật rễ khó về

Phá Tam Giang
Phá Tam Giang biển lặng sóng lăn tăn
ta ngậm ngùi đốt nén nhang vái vọng
dẫu sao bạn đã về cố thổ
nơi dấu yêu chờ tri kỷ bao ngày

ngôi nhà mẹ cha
rặng tre già kẽo kịt
bóng trời xanh lồng bóng ao bèo
ai người nằm đó trăm năm
biên cương hề đâu là hữu hạn
đá không vã mồ hôi
rừng thôi ứa máu

tiếng sáo khuya lờ lững bến trăng non
cô lái đò đưa qua sông trừng mắt
kẻ sĩ cóc cần duyên nợ ra đi
ôi ngậm ngùi đất trích Củng Sơn
một thuở sao rơi vào tử địa
về đâu ư
khi tuổi trời hết lộc
đi hết bi thương
quê quán mù lòa

thôi Lư nhé số phần mi kết đẹp
trời rất cao
đất rộng biển dài
bến tây phù ta thèm buổi nắng thu
thơ phú quái gì thời của đảo điên
quanh bến tưởng dung
bên hồ bích thúy
sơn ca bay vút trời xanh
sớm mai trở dậy bên mồ ngắm hoa

Tháng sáu 2017

QUÁN LIỄU

khói trông én nhạn phương ngàn
trong hiu hắt lạnh quỳ vàng đai cân
bên trời nam trấn tô phân
biên thùy vỡ tuyến mây tầng tác tan

rừng thiều cung bậc nam đàn
quế dương phượng giấc vỡ vàng chiến chinh
buồn xa quán liễu mộ tình
chơ vơ dốc đứng gọi mình với ta

gương xanh mấy dặm sơn trà
qua con suối nhỏ mượt mà vóc em
tiểu nương mật ngữ buông rèm
chao ôi da thịt khát thèm hóa điên

sóng tình tình bỗng thôi miên
nữa không không có nên duyên cũng đành
mười năm gát kiếm vườn tranh
giam cầm chân giẫm loanh quanh cát lầy

Tháng ba mười sáu

TẾ THẦN

những cuộc tình sau cơn hồng thủy
tác tan dao cứa tận phế nan
sấm dậy xuyên sâu vào tâm tưởng
buổi giao thời đêm tận thất kinh

tháng ba bụi bám dầy râu đỏ
tua tủa đâm ngang lớp chiến bào
te tua giày cỏ lê lết bước
ngày hoảng đêm hoang lệ máu trào

ta về chợ quận tìm em mãi
bãi trống tang thương cháy mái đình
mới hôm qua buổi chợ khốn cùng
chợ búa căng tròn con lốc ma
ta đứng nơi đâu chiều tàn tạ
súng đạn oằn vai tiếc một đời hư

không em không một lần tay vẫy
bóng núi xa sương lấp đời nhau
một đi chân rách qua bao dặm
người đánh đu son phấn tử thần
khuôn mặt chàm lem luốt những đền hoang

một đi cuồng nộ vào đất chết
ngày cheo reo những con thú vỡ da
ta về bụi dốc dài thê thảm
trời sông ba đem lịch sử tế thần

biến hiện ảo hư khoác vội kiếp người
em thất lạc ánh đèn treo mắt bão
mong manh tơ sợi vượt sông ba
em xanh xao tàu lá lã úa nhàu
đêm huyệt mộ thảo nguyên rồi xa mãi

VÀNG KHANH

nhân danh em
liều lĩnh gọi tên em
tôi gọi tên nàng từ thiên cổ
tiếng vi vu đời kiếp tự ngàn sao
thôi đã đêm xưa
vàng tương kính
vàng tôi cánh lượn vút thời gian
giọng hát dấu yêu
trong sát na thoáng gặp ước gì
tôi bơ vơ chiếc lá vườn người
nhớ mắt thuyền ơi ngút biển trời
cuộc viễn du mơ mộng mấy thu phai

ôi cuộc tình không tưởng
sá chi
xin cho em chuỗi ngày vương miện
hạnh phúc miên man
nơi không gian giao tiếp
tình mơ

vòng xích thủy ngân
ánh chớp vàng khanh
tình đi qua đời trôi
vuông trời nỗi nhớ

hãy cho anh được nhìn mặt em
bi ve thơ ấu
ngậm ngãi sắc màu
lặng lẽ nghìn cân

tình nương vun vút vườn sao
từ mây thái cổ lạc vào dốc mơ

Tháng tám 24. 2016

BÊN SÔNG TUY HÒA

Gửi Phạm Cao Hoàng & Nguyễn Sông Ba

những luống hồng bên sông Tuy Hòa
liên săm soi từng cánh mỏng
chở hết mùa hè lên môi son
em hái trộm từng chùm gai nhọn
trao cho anh ngày đó em đi

dường như chiều đang dông tới
tiếng sấm xa vọng mãi u buồn
nghe hơi đông từ cánh đồng tối sậm
bước chân nào vội quá đứt quai mang

Mai em đi
chuyến xe về Nha Trang sớm
cơn bão mùa phố nhỏ đèn khuya
anh buồn rầu đi dưới hàng hiên
cơn gió lạnh chạy dài se sắc

ngày trở lại tìm về khu phố cũ
chỉ thấy mưa rơi trên nền hoa rụng
màu đỏ ti gôn
đỏ bầm trí nhớ
ngọn đèn pha lóe sáng quét chân trời
đôi mắt đèn chong
tháp nhạn thức canh ba
chân tai kiếp mang theo đời lưu lạc
dưới sông đà mầm tai họa ai hay
chúng ta sống một thời điên đảo
tình cho nhau cũng đắp lắm mô đời

Đà Lạt mùa sương cội thông già
những đảo mây trôi khuất rặng lâm viên
bờ đông bờ tây gió mùa quanh quẩn
một mình em soi bóng ven hồ

cúi nhìn sông suối thuyền ra biển
tình thả xuôi mái sóng lênh đênh
khói chiều cao ngất bên kia núi
trời di linh mưa ướt tháng mười hai
những giỏ bắp rừng luộc mềm kỷ niệm
quán bên đường thơm đọt mía lau

BIÊN CƯƠNG

(Tưởng niệm Nhà thơ Phạm Ngọc Lư)

biên cương hành chí hồ thỉ
ngôn ngữ thơ di lụy một đời
người về bản quán nhà tan nát
tâm tư ưu uất tháng năm trôi

ngồi đây mời bạn chung rượu đắng
kẻ sĩ đạp gai giày cỏ qua sông
xa bao năm một ngày thoáng gặp
gió phi trường bình định
cát bay bay
vội vàng tay vẫy không hẹn lại
thuở ấy bụi đường lắm tai ương
ta theo trận mạc về an phú
thời xuân thu
sớm biển chiều rừng

bước đi lửa tình sắp cạn
nhìn lại mình rách nát tang thương
bạn tôi chí lớn mài gươm bén
chảy máu đời thơ buổi chợ tàn

ai hiểu cho mi đời thất chí
chung rượu này đối ẩm với ai
đêm xưa gác trọ vài ba đứa
chơi một phùa sảng khoái
tan hàng

nay hong bếp cũ tro than lạnh
nhìn đăm đăm vách lá chơ vơ
chỉ thấy tháng ngày xuôi lớp lớp
đời mi trôi quạnh quẽ vào ra
nhớ bạn đêm về đau vết cắt
dấu đời qua dao nhọn cứa vào tim
ta qua cầu nhìn giòng sông khập khiễng
máu về tim nhịp đập luân hồi
đêm nay ngâm lại biên cương trấn
hành phương đông uất hận ngút ngàn
mây đùn kìn kịt từ đất khổ
vó ngựa cao nguyên đỏ xóm làng

cung đàn xưa ai người tri kỷ
chiếu bạc đời soi nỗi đắng cay
giông bão đời xoay
gãy rồi bút bạc
đời sang trang khép
khúc oan tình
hình như gió thổi qua liếp cửa
vi vu nghe tiếng gọi trùng khơi
gọi ai nơi tận cùng biên tái
mây khói tàn tro phủ tượng đài
ta rơi giòng lệ về chốn cũ
dấu giày thô ngươi ở trọ quê nhà

Texas, May 26 2017

MÓNG SẮT

chim vườn cũ một lần
bay đi biệt
phố nhân gian rào kẽm dửng dưng
em một lần ướt sũng nụ tầm xuân
dốc ngược tình sương
dường như hấp hối
em bây chừ
bàn tay đan móng sắt
phía chân trời là bức phông xanh
phía trước người những bậc nhỏ đá mòn
anh khổ hạnh ngồi gốc cây
ngũ nướng
giấc mơ thô điệu đàn
trường lưu thủy
khuôn mặt em màu khói nước lũng xa

em quá khứ
anh ngồi soi bóng lẻ
khói lâm tuyền không tỏ được ý riêng
xe thổ mộ bánh gầy
lăn lóc cóc
tiếng động chiều qua nẽo ấy buồn hiu
tay ôm ngực
nén cơn sầu vỡ chợ
nghe hoàng hôn phương trú ở chung quanh

Jan 10 2016

NGÀY ĐÓ NGÂN SƠN

năm đó tôi thằng sinh viên bỏ học dở chừng
theo lệnh tổng động viên nhập ngũ
em mười bảy tuổi
sách vở đến trường
tôi về quận lỵ Tuy An
đeo ba lô nón sắt
nhà em quá chân cầu Ngân Sơn
buổi chiều tôi ngồi quán bên đường
em phụ mẹ bán buôn

tôi mới về đây
chưa quen sông lạ nước
thoáng nhìn em nỗi lưu luyến dịu dàng
người đâu duyên lạ
rồi chiến tranh trường kỳ ác liệt
tôi theo đơn vị
ngày nắng ngày mưa đi tiếp
mà xao xuyến nhớ đôi mắt hồng hoang
một ngày gặp lại
em rụt rè chân bước ngập ngừng
kéo chiếc xe đạp
đứng nép bên đường
tôi lao đao suýt té
mái tóc đen dài nắng chiều vàng đậm
nhớ mãi
anh gì ơi mới đổi về đây sao
tôi ngạc nhiên đứng khựng
quái có cô bắc kỳ ở tận nơi này
nhà em đâu quanh đây
kìa anh
qua chiếc cầu là đến

chưa kịp có lần hẹn tiếp
chiến trường ngày đó ngược xuôi
đơn vị tôi di chuyển
không một lần về lại cầu Ngân Sơn

NGÔI NHÀ Ở NGÕ COOLIDGE

rồi những đêm ngồi ngó tường không
nên chi gió thổi không cần đóng
ô cửa vườn sao quá mịt mù

nàng có phải hơi sương đầu rú
mù mịt đời nhau chẳng lối ra
đêm dài quá - dài lê giấc ngũ
ôi thiên thu kêu một tiếng trời

thà chết nửa đời - đi giữa đao binh
hạnh phúc ư tên bay đạn lạc
ta cô đơn quá trong nhà trống
vắng tiếng thời gian đi
trên chiếc trục đồng hồ
buông tiếng một thúc hồn ta đau đớn
nghe gió đổi mùa
phế tận ruột gan
gió mùa New Jersey
chiếc lá đã thiên di
nhựa đời khô héo

cô đơn một mình làm sao ta đi hết
anh sợ em một mình trong nursing home

ngôi nhà ở ngõ coolidge
bàn tay chị vẽ vòng hoa hạnh phúc
sao khép vội hỡi người tri kỷ
hoa vẫn nở bên thềm sao xơ xác
đang mùa xuân - lạnh lắm trời đông
bóng dáng cô đơn
buồn thảm đợi chờ
ngày hai buổi vào đây chăm bón vợ
tháng cùng năm
nhìn quanh bức tường định mệnh âm u
"về nhà nhé em"
chị lắc đầu ứa lệ
thời gian mênh mông
thời gian dễ sợ
sức nặng vô biên chạy suốt tâm hồn

vào nursing home
anh nói nhỏ - là quan tài chưa đóng vội
ôi đau xót làm sao
giọt nước mắt nào đông cứng môi tôi

tôi đứng đó buổi chiều xuyên cửa kính
mùa xuân New Jersey
vàng lên cỏ biếc
anh kiên nhẫn vỗ về bón cơm cho chị
ôi phiến đá kim cương rực một màu diễm lệ

chàng sĩ quan chiến trường Bình Định xa xưa
kẻ nổi loạn tâm linh
buổi khốn cùng lương thiện
những ngày đêm tuyết phủ trắng trời
chị lái xe đưa anh đến thư viện cornell yale
lục tìm thương tích di sản văn chương miền Nam trôi dạt
hình thành thư quán bản thảo
anh Trần Hoài Thư
lớn lao quá đỗi

New Jersey, May 7 2017

VÀNG TƠ SỢI

em về nhuộm tóc vàng tơ sợi
tôi nhớ người ơi tận cuối trời
nghe trong hơi gió hà nội cũ
một mối tình thu một nhớ thu

đêm kia thức giấc trăng vừa xế
tiếng bánh nguyệt quay vận tốc buồn
tôi bấm thời gian bàn tay mõi
diễm huyền ơi từng lọn nắng mùa phai

đợi ta về em trong tranh bước lại
mưa đông phương vò võ bến sa mù
hơi thở ấm vội vàng ôm ấp nhớ
ngực hoang mang từng nhịp đập ái ân

giờ xa cách phượng mùa se sắt đợi
tay với thiên đường vuột mất trần gian
môi tưởng nhớ se khô mùa hạn hán
nắng lưng trần yểu điệu thấm hư vô

chỉ nhớ em thôi đá lấp trời
vàng khanh giọng hát vàng tơ sợi
buồn tràng thi vàng lụa tàn thu
hương đàn vọng mãi chiều anh vũ
biển vành trăng thưở ấy thuyền đi

ta mang bút bạc cài lên giấy
chờ mãi cô nương điểm bút tình
tóc tiên xa khuất trời dâu biển
chỉ thấy mây mù biêng biếc tầm vu

Dec 2016

VONG THỨC

chiều Pleiku qua trường Em tan lớp
thoáng áo dài bay buổi nắng thu
nắng tiền kiếp gọi hồn đêm vong thức
anh về đây áo trận khét mùi da
đêm yêu dấu gửi mây đùa cửa gió
nếm tình Em khập khiễng níu âu lo
khuya hoa rụng mùi hương cau sực nức
giết đời nhau từ lớp sóng luân lưu
ngày theo trận mạc mù đôi mắt
cũng điên khùng sống mái với địch quân
tuổi xuân hết vội trời Nam Bắc
người giết người bải hoải thú hoang
đêm kia thấy lại niềm hưng phấn
chúm chiếm môi tròn đỏ nét hoa
một ngày âu yếm gieo duyên nợ
xé rách nguồn cơn thị lực mù lòa
thành phố đó nửa quê nửa tỉnh
đêm mênh mông nửa tỉnh nửa mê

mùa hạ đến Em về xa phố cũ
xa dù xa tình cũng cuộn sóng về
rồi Em đi biệt nghìn năm lẻ
núi đè mây dưới bóng Trường Sơn
núi cao rừng thẳm mồ hảo hớn
rừng với rừng một lủ tai ương

XUÂN QUẠNH

Em hởi dáng Kiều qua dâu biển
đóa phù hư tàn tạ một đêm giông

tưởng rằng mây nước chuyện trò
nghe ra oan nghiệt
qua đò đắm sông
dẫu cố quên. máu ngập đồng
tàn cơn mộng dữ
hoài trông. đứng nằm
đêm xưa dưới ánh trăng rằm
tơ tình phiêu hốt
tơ tằm dệt quanh

đất từ khi. chuyển ngọn ngành
khơi tầng nghiệp chướng
tanh banh Đức dầy
ngập bờ cát lở. đời quây
ngã nghiêng thê thiết
đọa đầy hồn mang
hoa kia. rụng búi tơ vàng

dãi dầu thân thế
võ vàng thế thân
đành thôi. dặm khuất mây tầng
tuần du sơn thủy
tần ngần bến sao
thương em thuở ấy ba đào
rủi may thì cũng
ngập trào đắng cay
Em lùa cát bụi đầy tay
thổi mù mịt gió
cồn mây khói mờ
Em đi. sóng vỗ đôi bờ
tàn Thu vàng lá
vọng mờ bãi Tây

CHỢ CỐC LẾU

ga Hàng Cỏ đèn vàng rung rinh mưa bụi
những ô người chở nặng nỗi niềm riêng
tôi vội vã đáp tàu đi mạn ngược
đèn mờ loay hoay tăm tối âm u

tàu xục xịch lết lê toa vắng lạnh
cây bên đường ngủ gật thở thoáng sương
rồi cứ thế tâm hồn tôi xa ngái
bay về đâu từng con phố Lào Cai

qua Cốc Lếu em áo mùa đông rét
tôi lang thang chợt gặp bóng người xưa
cô thái trắng da tươi tình bông bưởi
đón mùa Giáng Sinh buổi chợ ít người

đêm chợ tình gió mùa Tây Bắc thổi
rét thâm da từng vạt áo mong manh
em gái Tày đi qua con phố nhỏ
đem Sapa những lò lửa ấm tình

phố núi rừng nương dài leo dốc tối
chợ miền cao đường thổ cẩm đỏ xanh
em nói gì cô gái nhỏ thơ ngây
bên xóm vắng tháng nào hoa gạo đỏ

quán dốc ngược tôi ngồi ngoài hiên vắng
cốc cà phê ngụm khói thơm ngây ngây
tỏa hương xa ôi quyến rũ tôi rồi
sương núi rừng là là bay góc phố

lên đỉnh trời ngó mông lung Hà Bắc
đám mây già nghễnh ngãng nhọc nhằn bay
hồn sảng khoái giữa đồi cao cô tịch
bóng em đi gùi nặng gió măng rừng

rồi đứng lặng chờ bình minh thiếu nắng
nhà sàn hút heo sương kín phủ dày
màu thổ cẩm thiết tha lùa gió lạ
tôi bâng khuâng ngoảnh mặt tháng năm xanh

Sapa Tháng 12 2012

PHƯƠNG THU BỐI

đường xưa phương thu bối
đỗ quyên vọng tiếng buồn
xa lắm dưới hương quan
trường giang lạc hương huyền

đêm xanh màu hư huyễn
từ tiếng gọi tiên thiên
dao tình ư…sắc lẽm
cắt ngọt tình chia đau

nghiệp duyên chuyển sắc màu
trăng khuyên hoàng hôn vội
xanh lạnh bãi thùy dương
thiên đường hang bất hối

bỗng dưng rừng hôn phối
tái sinh hạ kỳ hương
kiếm cùn vạch mô ri
chiến địa chết xuân thì

em sóng tình hồ thỉ
tan theo bọt muôn trùng
chờ nhau từ vô lượng
chợt thoáng ngộ đời sương

em băng tuyết dị thường
phẳng phiu hồn đá tịnh
biển rộng bờ vô minh
khép mở tận khôn cùng

tàn giấc mộng kiếm cung
đi tìm em cố xứ
hoàng hạc bến quỳ hương
chợ đời tan như sóng

bên trời mơ sắc bóng
lửa tàn tro vạn kiếp
khêu hạt bụi đá vàng
hồng nhạn lẫn trong tranh
em về hạ áo xanh
phương chiều xa thăm thẳm
anh qua đây nghìn trùng
thoáng gặp đã mông lung

Tháng 4.2016
(Tưởng nhớ họa sĩ Đinh Cường)

TRĂNG TÀ KHUYẾT

Gửi Phạm Tương Như

Em mới lớn nên trăng xanh vừa nhú
Em nòi tình hưng phấn của dung nham
trăng ẩn mật sắc không tình đen trắng
anh nâng lên ong nhụy bỗng thơm da

lánh trần gian còn hệ lụy bóng trăng ngà
đau vỡ nốt những nhọt đời mưng mủ
thử cứa lên da giật mình máu chảy
nguyệt dải đồi ưu uất lạnh son môi

anh gọi tên em âm tròn hạt nhãn
chạy theo em vấp ngã đến hôn mê
xin châm chước sự thật mình một chút
hy vọng rằng tình ấy sẽ tái sinh

người đã mất trăm năm còn hẹn gặp
những dấu chân trên lá cỏ ướt mềm
bú mớm trăng suông giọt tình giọt sữa
cuộc hỏa hoàng cháy bén mộng tần phi

vòng tay thiên sứ ôm nhầm tên đại đạo
sao hung hãn những hận thù yêu quái
trống liên hồi giục giã bóng lung linh
vuột mất không gian mưa sao rũ cánh
lửa trong lòng âm ỉ cháy vành khuyên

Em đừng khóc từ hôm ta đi biệt
đêm từng đêm tà khuyết đếm từng đêm
quỷ liên hoan máu sôi tràn huyệt mộ
những mảnh đời em bấm máy vu vơ

Feb 2013

PHỤ TRANG

VIẾT VỀ CÁI TRỌNG TY
* Nguyễn Thanh Khiết
*Tô Thùy Yên

QUA SA HUỲNH NHỚ CÁI TRỌNG TY

Trưa ghé Sa Huỳnh còn nghe biển hát
cát rất mịn màng sao bước chân đau
Trường Sơn mùa tan cơn nóng hạ Lào
khum tay mồi thuốc nhớ người xa xứ
Thuở chiến chinh người từng qua chỗ đó
nóng của cát vàng, nóng của rượu cay
áo mặn mồ hôi, phủi nợ một ngày
Sa Huỳnh đợi có lần người quay lại
Một chút gió phất phơ vài ngọn cỏ
tiếc bước ai qua, Sa Huỳnh buồn hiu
trên đá xanh còn lại lớp rong rêu
trời tháng chín mây đùn quanh đèo ải

Một ngụm rượu xanh thêm màu nước biển
thêm một ly nhớ người đến rồi đi
nắng miền Trung còn đó dấu biên thùy
của vàng đá ngày xanh vừa mới chết
Trưa ghé Sa Huỳnh đứng trông biển lặng
đìu hiu như thân thế một người quen
lớp chiến y khuất trong núi cũ mèm
buồn như gió thổi về từ phía biển

Nguyễn Thanh-Khiết
12. 09. 2010

TÔ THÙY YÊN

Giới thiệu bài thơ Hoa Từ Bi Độ Lượng Của Cái Trọng Ty

Họp mặt tại nhà anh Tô Thùy Yên đêm 20/8/2015

Phạm văn Nhàn ghi lại lời nói của nhà thơ Tô Thùy Yên qua đoạn vidio thâu được. Có những lời nói trong Video nghe không rõ anh Tô Thùy Yên nói. Nhưng tôi cũng cố gắng để viết ra theo đúng trong video để cho độc giả đọc.

....

Sự tình dẫn đến bài thơ nay là do trước đây ông Trần Thiện Đạo đã viết bài phê bình vở kịch Les Mousches do bà Phùng Thăng dịch thành cuốn Những Ruồi là cái cuốn đó dở. Cho nên ông Đàn Bách Kiếm, tức là ông Tô Thẩm Huy đó, ông theo truyền thống của Lục Vân Tiên, giữa đường thấy việc bất bình chẳng tha, cho nên ông mới viết bài một bài bênh vực cho bà Phùng Thăng, gây nên một sự tranh cãi nhau trên văn đàn. Còn ông Cái Trọng Ty thì vốn là một nhà thơ, một nhà thơ đang lên, ông đọc bài viết của ông Đàn Bách Kiếm, ông mới viết một bài thơ để xiển dương ông Đàn Bách Kiếm, mà đồng thời cũng là xiển dương cho bà Phùng Thăng, là người đã quá cố rồi.

Bài thơ này thì nó nằm trong cái truyền thống của Tùng Tuy. Tôi nói như vậy vì đọc bài thơ này người ta thấy cái tính chất Huế rặt ở trong này. Ngoài ra thì bà Phùng Thăng vì là người tu sĩ cho nên ông CTT mới dùng những cái từ mà tôi nghĩ là khó, không những khó với người đọc, mà khó với cả tôi, mà chắc ông Đàn Bách Kiếm cũng thấy khó thành thử ra ông mới bán cái cho tôi. Ví dụ trong bài thơ này có những chữ mà phải là người am tường Phật Giáo mới nắm vững được. Ví dụ như chữ *sắc tứ,* thì tôi có nói với ông Đàn Bách Kiếm là cái chữ *sắc tứ* này chắc là chữ *Sắc Bất Dị Không, Không Bất Dị Sắc* ở trong Bát nhã Ba la Tâm kinh. Ngoài ra thì có một chữ chắc là khá xa lạ với quý vị đó là chữ *Trời Đâu Suất*. Chữ này ông Hàn Mặc Tử đã từng dùng, mà cái khung trời Đâu Suất đó thì theo thuyết của Phật Giáo nó là cái nơi sản sinh ra Đức Phật Thích Ca. Khi tôi đọc bài thơ này thì tôi thấy có đầy tính chất Huế và tính chất Phật Giáo mang mang trong này.

Tôi không có tài đọc thơ, ở đây có những người từng nói là tôi không có cái giọng truyền cảm, tất nhiên là tôi không thể so sánh được với giọng đọc thơ của Cao Đông Khánh rồi. Nhưng vì tôi muốn mời quý vị nghe bài thơ này của một người tôi tuy mới quen nhưng cũng coi như là bạn là ông Cái Trọng Ty. Mà tôi biết được Cái Trọng Ty là do ông Tô Thẩm Huy đây. Mà tôi tin tưởng ông Tô thẩm Huy vì ông là người bạn gần nhất của tôi. Mà ông ấy là người am tường chữ nghĩa, ông ấy là cái người rất sát rạt với chữ nghĩa. Thì ông ấy giới thiệu ông Cái Trọng Ty với tôi, giới thiệu thơ Cái Trọng Ty với tôi. Và tôi rất là trân trọng, tôi tin ở cái mức độ thẩm định của ông bạn tôi. Và tôi đọc thì tôi rất ngạc nhiên tại sao có người làm thơ hay như thế này mà mình không được biết, tuy là cùng một thời với mình. Tôi thì trong thâm tâm tôi vẫn nghĩ rằng, xin lỗi cái này tôi không dám nói là mình lớn nhỏ hơn ai, nhưng mà nó là cái câu thành ngữ của Việt Nam: Con hơn cha là nhà có phúc. *Mà người đi sau trong giới văn học, người đi sau mà tài giỏi hơn người đi trước thì đó là điều đáng mừng cho tiền đồ dân tộc* (Tiếng vỗ tay của cử tọa). Bởi vì tôi đã từng mạo muội viết rằng: *Thi sĩ Bắc Nam đều chết rạp. Ba trăm năm lịch sử làm thinh.* Thì câu đó là câu tối nghĩa của tôi, nó hàm chứa một cái tư tưởng. Tôi nghĩ một nền văn học nào mà trong 300 năm không sản xuất được một thi tài lớn, không sản xuất được một tiếng nói lớn, thì văn học nước đó là kiệt quệ, bởi vì cái văn học đó nó đã chết rồi. Có người hỏi tôi, như bà Đàn Bách Kiếm đã có lần bà ấy chất vấn tôi, hỏi là tại sao tôi dùng chữ 300 năm. Tôi mới mạo muội, tính tôi thì không bao giờ giảng thơ tôi hết, tôi mới mạo muội bảo là tôi nhắc đến 300 năm thời Trịnh Nguyễn phân tranh, chia cắt đất nước. Và cái ý của tôi lúc đó là tôi lấy một câu thơ của nhà văn, nhà kịch tác gia Jean Giraudoux của Pháp trong một vở kịch tên là *Trận Chiến Thành Troie Đã Không Xảy Ra*. Thì ở màn cuối cùng của vở kịch đó thì người thi sĩ thành Troie, vì anh ta là thi sĩ mà, anh đi lơ ngơ trong trận chiến và bị một anh lính Hy Lạp đâm chết. Thì trong khi màn đang từ từ hạ xuống, ông dẫn dắt chương trình đó ông mới nói: *Bây giờ thi sĩ thành Troie đã chết rồi. Lời nói thuộc về thi sĩ Hy Lạp*. Thành thử tôi mới nghĩ ra câu thơ đó. Tôi mới nói rằng dân tộc nào mà không sản sinh được một tài năng mới thì dân tộc đó là một dân tộc bất hạnh. Lịch sử đó là lịch sử chết. Lịch sử làm thinh. Thành thử sau khi đọc bài thơ này, tôi muốn nhân đây vinh danh anh cái Trọng Ty, một người đã làm vẻ vang…(tiếng vỗ tay).

MỤC LỤC

www.ingramcontent.com/pod-product-compliance
Lightning Source LLC
LaVergne TN
LVHW060254051026
849517LV00003B/807
* 9 7 9 8 2 9 5 4 1 6 1 0 1 *